AF205476

Impressum
Verlag: BABADADA GmbH, Nedderfeld 112 , 22529 Hamburg
Geschäftsführer / Verlagsleitung: Harald Hof
Druck: Books on Demand GmbH, In de Tarpen 42, 22848 Norderstedt

Imprint
Publisher: BABADADA GmbH, Nedderfeld 112 , 22529 Hamburg, Germany
Managing Director / Publishing direction: Harald Hof
Print: Books on Demand GmbH, In de Tarpen 42, 22848 Norderstedt, Germany

школа
trường học

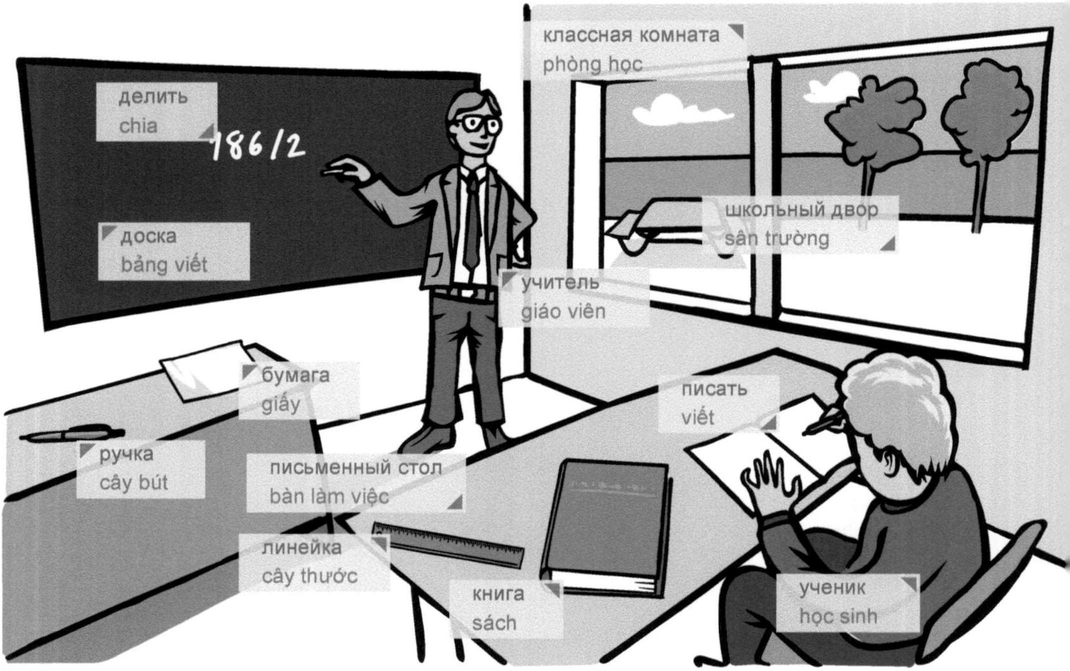

классная комната
phòng học
делить
chia
186/2
доска
bảng viết
школьный двор
sân trường
учитель
giáo viên
бумага
giấy
писать
viết
ручка
cây bút
письменный стол
bàn làm việc
линейка
cây thước
книга
sách
ученик
học sinh

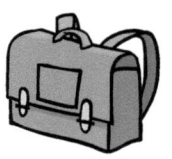

ранец

cặp đeo vai học sinh

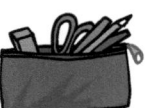

пенал

hộp đựng bút

карандаш

bút chì

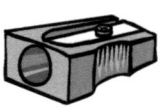

точилка

cái gọt bút chì

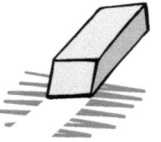

ластик

cục tẩy

альбом для рисования

tập giấy vẽ

рисунок

bản vẽ

кисточка

cọ vẽ

коробка красок

hộp mực vẽ

ножницы

cây kéo

клей

keo dán

тетрадь

sách bài tập

домашняя работа

bài tập ở nhà

цифра

số

прибавлять

cộng

вычитать

trừ

умножать

nhân

считать

tính toán

буква

chữ cái

алфавит

bảng chữ cái

слово

từ

текст
....
văn bản

читать
....
đọc

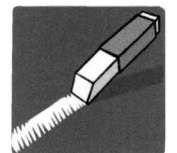

мел
....
phấn viết

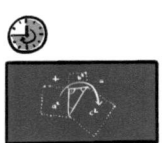

урок
....
bài học

классный журнал
....
sổ lớp

экзамен
....
thi kiểm tra

диплом
....
chứng chỉ

школьная форма
....
đồng phục học sinh

образование
....
giáo dục

энциклопедия
....
từ điển bách khoa

университет
....
đại học

микроскоп
....
kính hiển vi

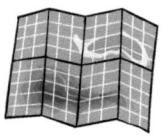

карта
....
bản đồ

корзина для бумаг
....
thùng rác giấy

путешествие

du lịch

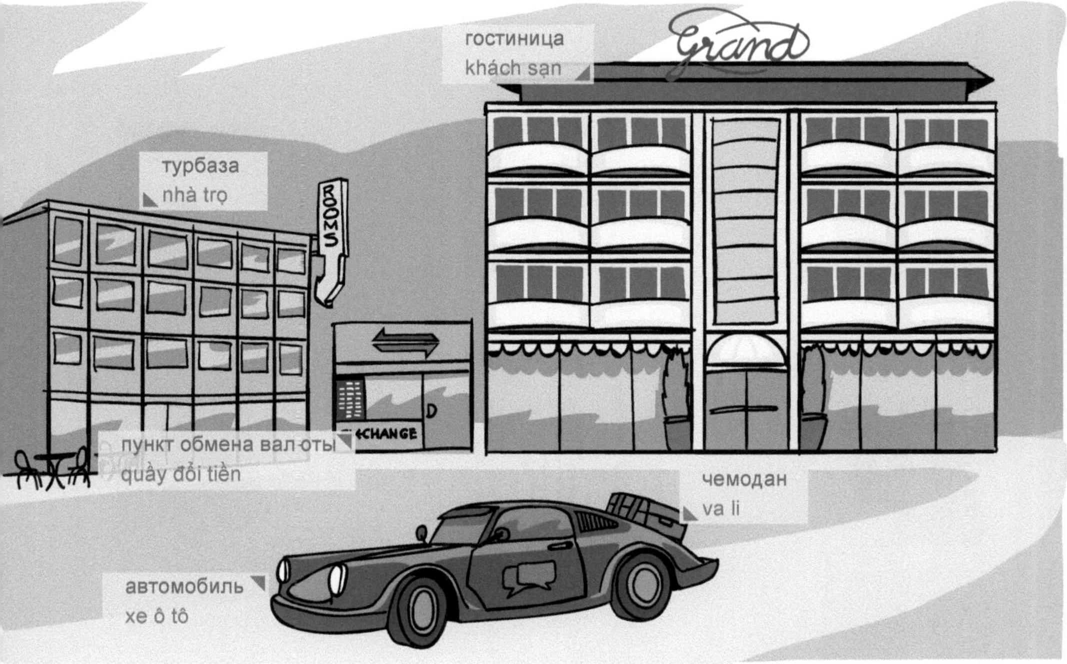
гостиница
khách sạn
Grand
турбаза
nhà trọ
ROOMS
EXCHANGE
пункт обмена вал оты
quầy đổi tiền
чемодан
va li
автомобиль
xe ô tô

язык

ngôn ngữ

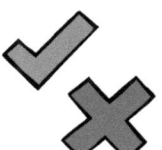

да / нет

có / không

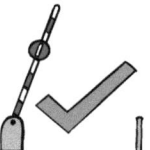

хорошо

ô kê

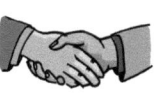

Привет

Xin chào

переводчик

thông dịch viên

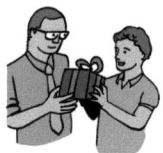

Спасибо

cám ơn

Сколько стоит…?

… bao nhiêu tiền?

Я не понимаю

tôi không hiểu

проблема

vấn đề

Добрый вечер!

Xin chào! (buổi tối)

Доброе утро!

xin chào! (buổi sáng)

Доброй ночи!

chúc ngủ ngon!

До свидания

tạm biệt

направление

hướng đi

багаж

hành lý

сумка

túi xách

рюкзак

túi ba lô

гость

khách

комната

phòng

спальный мешок

túi ngủ

палатка

lều

туристическая информация

thông tin du lịch

пляж

bãi biển

кредитная карточка

thẻ tín dụng

завтрак

ăn sáng

обед

ăn trưa

ужин

ăn tối

билет

vé xe

лифт

thang máy

почтовая марка

tem bưu điện

граница

biên giới

таможня

hải quan

посольство

đại sứ quán

виза

thị thực

паспорт

hộ chiếu

транспорт
vận chuyển

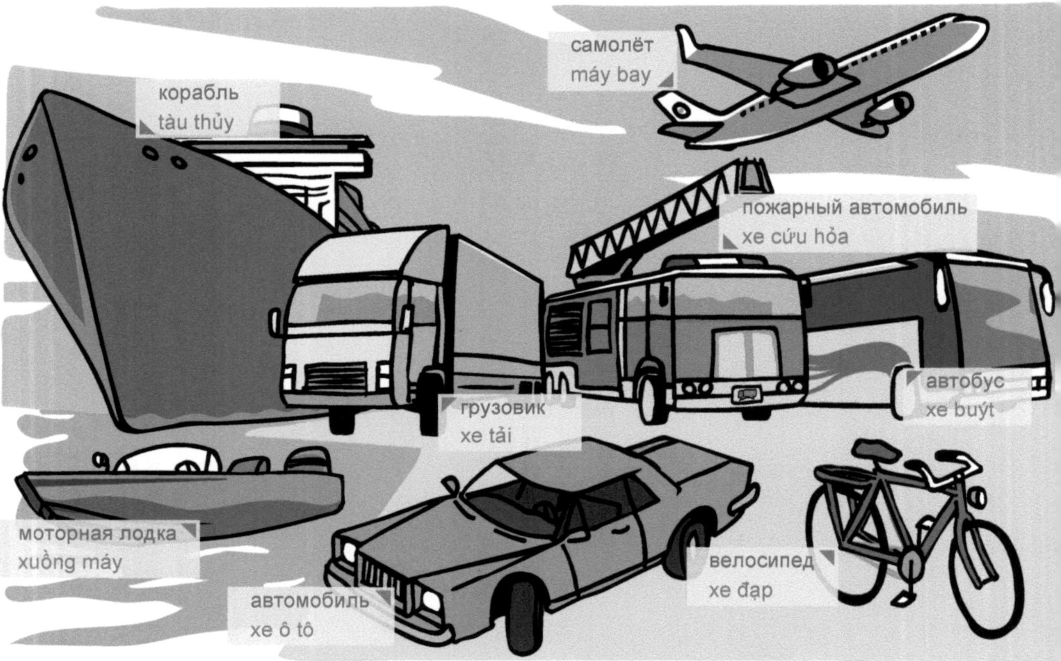
самолёт
máy bay
корабль
tàu thủy
пожарный автомобиль
xe cứu hỏa
автобус
xe buýt
грузовик
xe tải
моторная лодка
xuồng máy
велосипед
xe đạp
автомобиль
xe ô tô

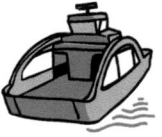

паром

phà

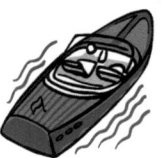

лодка

xuồng

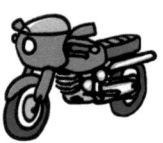

мотоцикл

xe máy

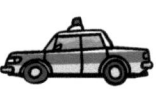

полицейский автомобиль

xe cảnh sát

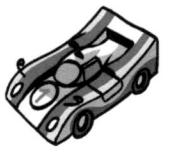

гоночный автомобиль

xe đua

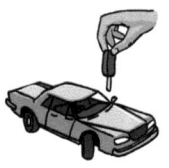

арендованный автомобиль

xe cho thuê

совместное пользование
автомобилями

dịch vụ thuê xe tự lái

буксировочный
автомобиль
xe kéo cứu hộ

мусоровоз

xe rác

двигатель

động cơ

топливо

xăng

заправка

trạm xăng

дорожный знак

biển báo giao thông

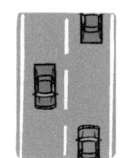

движение

giao thông

пробка

ách tắc giao thông

автостоянка

bãi đậu xe

вокзал

nhà ga

рельсы

đường ray

поезд

xe lửa

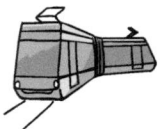

трамвай

tàu điện

вагон

toa xe

вертолёт

máy bay trực thăng

аэропорт

sân bay

вышка

tháp

пассажир

hành khách

контейнер

côngtenơ

коробка

thùng các-tông

тележка

xe đẩy

корзина

cái giỏ

взлетать / приземляться

cất cánh / hạ cánh

город

thành phố

деревня

làng

центр города

trung tâm thành phố

дом

nhà

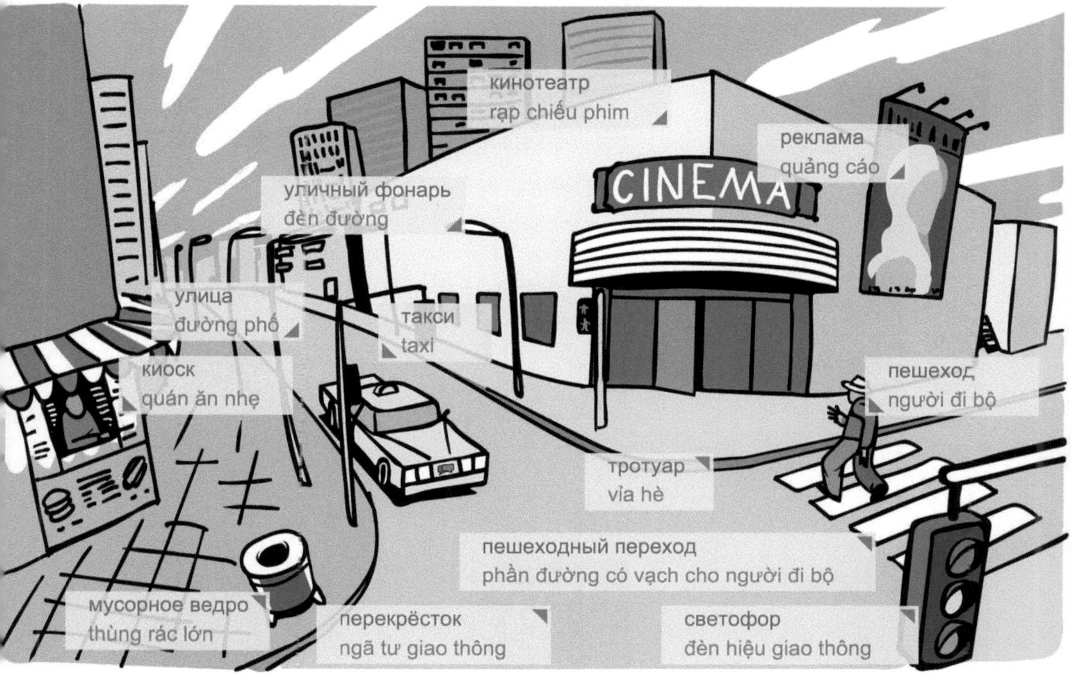
кинотеатр
rạp chiếu phim
реклама
quảng cáo
CINEMA
уличный фонарь
đèn đường
улица
đường phố
такси
taxi
киоск
quán ăn nhẹ
пешеход
người đi bộ
тротуар
vỉa hè
пешеходный переход
phần đường có vạch cho người đi bộ
мусорное ведро
thùng rác lớn
перекрёсток
ngã tư giao thông
светофор
đèn hiệu giao thông

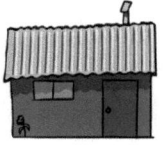

хижина

nhà chòi

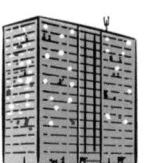

квартира

căn hộ

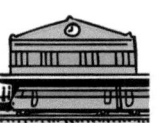

вокзал

nhà ga

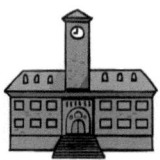

ратуша

tòa thị chính

MUSEUM

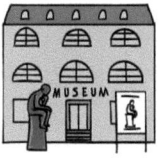

музей

viện bảo tàng

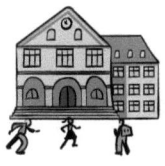

школа

trường học

университет

đại học

банк

ngân hàng

больница

bệnh viện

гостиница

khách sạn

аптека

hiệu thuốc

офис

văn phòng

книжный магазин

hiệu sách

магазин

cửa hiệu

цветочный магазин

cửa hiệu bán hoa

супермаркет

siêu thị

рынок

chợ

универмаг

cửa hàng bách hóa

торговец рыбой

người bán cá

торговый центр

trung tâm mua bán

порт

bến cảng

парк

công viên

скамейка

ghế băng

мост

cầu

лестница

cầu thang

метро

tàu điện ngầm

тоннель

đường hầm

автобусная остановка

trạm xe buýt

бар

quán bar

ресторан

khách sạn

почтовый ящик

hòm thư công cộng

табличка с названием улицы

bảng hiệu đường

паркометр

đồng hồ đậu xe

зоопарк

vườn bách thú

бассейн

bể bơi

мечеть

nhà thờ Hồi giáo

ферма

nông trại

загрязнение окружающей среды

ô nhiễm môi trường

кладбище

nghĩa trang

церковь

nhà thờ

детская площадка

sân chơi

храм

ngôi đền

ландшафт
phong cảnh

лист
lá cây

дорожный указатель
bảng chỉ đường

дорога
lối đi

луг
bãi cỏ

камень
hòn đá

дерево
cây

путешественник
người đi bộ đường dài

река
sông

трава
cỏ

цветок
bông hoa

долина

thung lũng

гора

đồi

озеро

hồ nước

лес

rừng

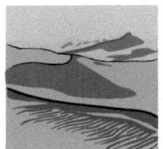

пустыня

sa mạc

вулкан

núi lửa

замок

lâu đài

радуга

cầu vồng

гриб

nấm

пальма

cây cọ

комар

con muỗi

муха

con ruồi

муравей

con kiến

пчела

con ong

паук

con nhện

жук

бọ cánh cứng

лягушка

con ếch

белка

con sóc

еж

con nhím

заяц

con thỏ

сова

con cú

птица

con chim

лебедь

thiên nga

кабан

heo rừng

олень

con hươu

лось

nai sừng tấm

плотина

đê

ветряной генератор

tuabin gió

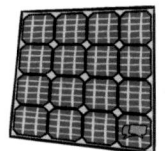

солнечная батарея

tấm năng lượng mặt trời

климат

khí hậu

ресторан
khách sạn

официант
bồi bàn

меню
thực đơn

стул
ghế

суп
súp

пицца
bánh pizza

столовые приборы
bộ dao nĩa ăn

скатерть
khăn trải bàn

закуска

món ăn khai vị

главное блюдо

món ăn chính

десерт

món tráng miệng

напитки

thức uống

еда

thức ăn

бутылка

cái chai

фастфуд

thức ăn nhanh

уличная еда

thức ăn đường phố

чайник

ấm trà

сахарница

hộp đường

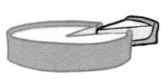

порция

khẩu phần

кофеварка

máy pha espresso

детский стульчик

ghế cao

счет

hóa đơn

поднос

khay

нож

dao

вилка

nĩa

ложка

thìa

чайная ложка

thìa uống trà

салфетка

khăn ăn

стакан

cốc thủy tinh

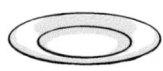

тарелка

đĩa

суповая тарелка

đĩa súp

блюдце

đĩa lót cốc

соус

nước sốt

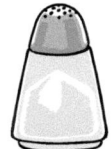

солонка

lọ muối

мельница для перца

cái xay tiêu

уксус

giấm

масло

dầu

специи

gia vị

кетчуп

nước xốt cà chua

горчица

tương hạt cải

майонез

nước sốt mayonnaise

супермаркет
siêu thị

специальное предложение
chào giá đặc biệt
FOR
покупатель
khách hàng
молочные продукты
sản phẩm từ sữa
фрукты
trái cây
тележка для покупок
xe đẩy mua sắm

BUTCHERS

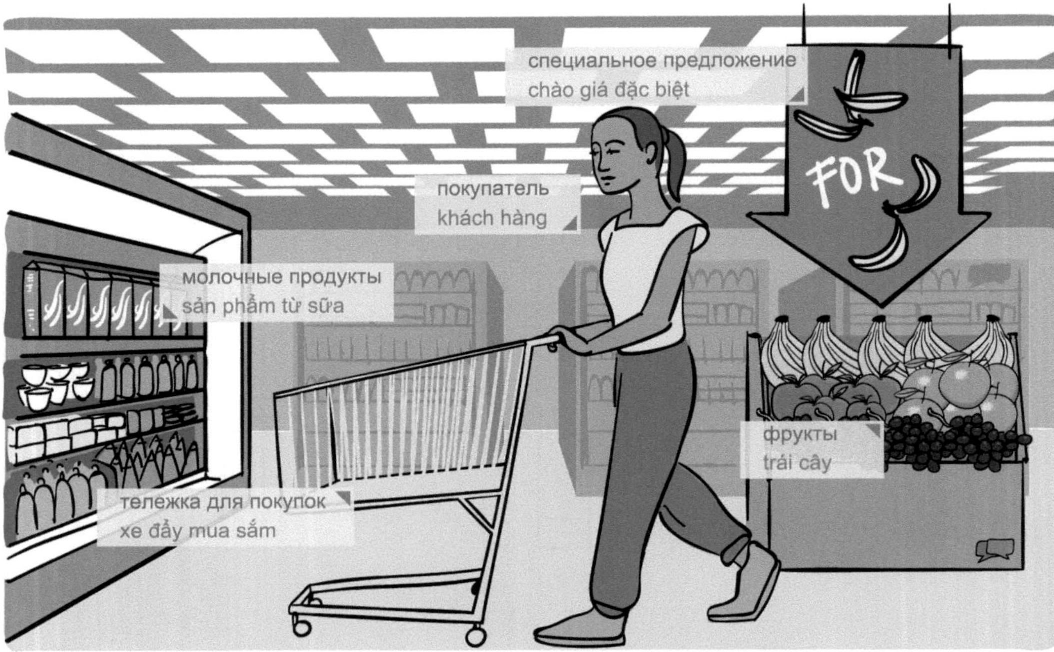

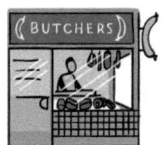

мясной магазин

lò mổ

BAKERY

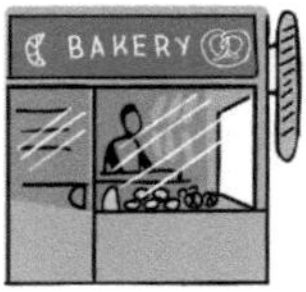

пекарня

cửa hiệu bán bánh mì

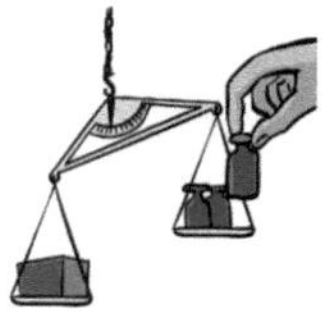

взвешивать

cân nặng

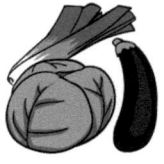

овощи

rau quả

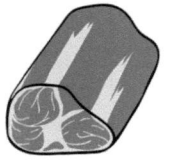

мясо

thịt

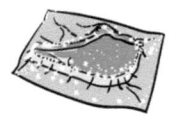

быстрозамороженные продукты

thức ăn đông lạnh

нарезка

lát thịt nguội

консервы

đồ hộp

стиральный порошок

bột giặt

сладости

đồ ngọt

предмет домашнего обихода

sản phẩm dùng trong gia đình

моющее средство

chất tẩy rửa

продавщица

người bán hàng

касса

quầy trả tiền

кассир

nhân viên thu ngân

список покупок

danh sách mua sắm

время работы

giờ mở cửa

бумажник

ví tiền

кредитная карточка

thẻ tín dụng

сумка

túi đeo

полиэтиленовый пакет

túi ny lông

thức uống

вода

nước

сок

nước quả ép

молоко

sữa

кока-кола

coca-cola

вино

rượu vang

пиво

bia

алкоголь

cồn

какао

cacao

чай

trà

кофе

cà phê

эспрессо

espresso

капучино

cappuccino

банан

chuối

яблоко

quả táo

апельсин

quả cam

арбуз

dưa hấu

лимон

chanh

морковь

cà rốt

чеснок

tỏi

бамбук

tre

лук

củ hành

гриб

nấm

орехи

hạt dẻ

лапша

mì

спагетти

mì spaghetti

рис

cơm

салат

xà lách

картофель фри

khoai tây chiên

жареный картофель

khoai tây chiên

пицца

bánh pizza

гамбургер

bánh hamburger

сэндвич

bánh mì sandwich

шницель

thịt côtlet

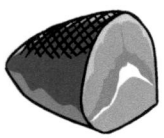

ветчина

thịt giăm bông

салями

xúc xích

колбаса

dồi

курица

gà

жаркое

rán

рыба

cá

овсяные хлопья

cháo yến mạch

мюсли

cháo muesli

кукурузные хлопья

bánh bột ngô nướng

мука

bột mì

круассан

bánh sừng bò

булочка

bánh mì

хлеб

bánh mì

тост

bánh mì nướng

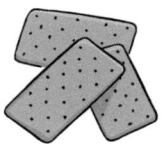

печенье

bánh bích quy

масло

bơ

творог

sữa đông

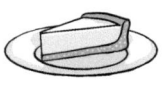

пирог

bánh ngọt

яйцо

trứng

яичница

trứng rán

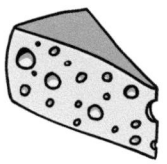

сыр

pho mát

мороженое

kem

сахар

đường

мёд

mật ong

мармелад

mứt

крем с нугой

kem nougat

карри

cà ri

ферма
nông trại

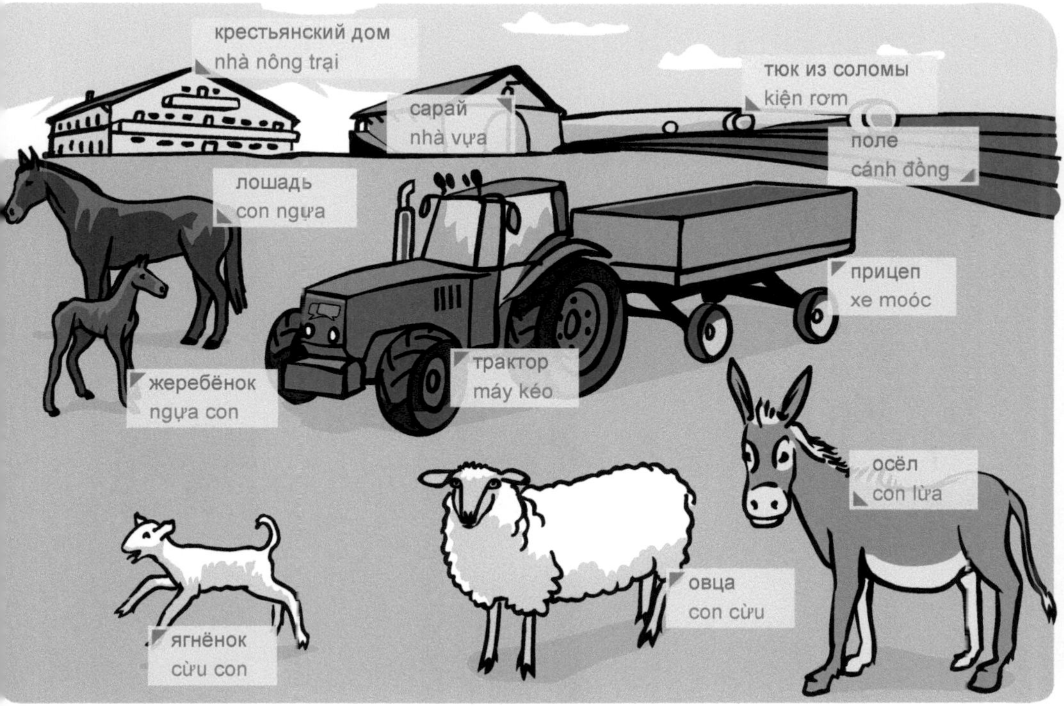

крестьянский дом
nhà nông trại
тюк из соломы
kiện rơm
сарай
nhà vựa
поле
cánh đồng
лошадь
con ngựa
прицеп
xe moóc
трактор
máy kéo
жеребёнок
ngựa con
осёл
con lừa
овца
con cừu
ягнёнок
cừu con

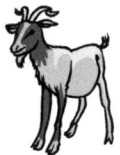

коза

con dê

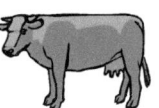

корова

con bò

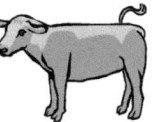

телёнок

con bê

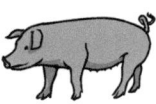

свинья

con lợn

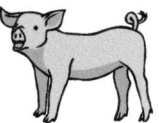

поросёнок

lợn con

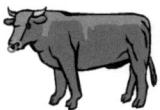

бык

bò đực

гусь

con ngỗng

утка

con vịt

цыплёнок

gà con

курица

gà mái

петух

gà trống

крыса

con chuột

кошка

mèo

мышь

chuột nhắt

вол

bò đực

собака

con chó

конура

nhà chuồng chó

садовый шланг

ống tưới vườn cây

лейка

thùng tưới cây

коса

lưỡi hái

плуг

cái cày

серп

cái liềm

мотыга

cái cuốc

навозные вилы

cái chĩa

топор

cái rìu

тачка

xe cút kít

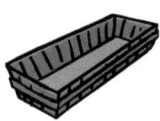

корыто

máng ăn

бидон для молока

lọ sữa

мешок

bao tải

забор

hàng rào

хлев

chuồng

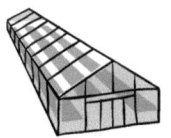

теплица

nhà kính trồng cây

почва

đất trồng

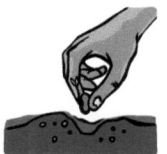

посев

hạt giống

удобрение

phân bón

комбайн

máy gặt đập liên hợp

собирать урожай

thu hoạch

урожай

mùa thu hoạch

ямс

khoai lang

пшеница

lúa mì

соя

đậu nành

картофель

khoai tây

кукуруза

ngô

рапс

hạt cải dầu

фруктовое дерево

cây ăn trái

маниок

sắn

злаки

ngũ cốc

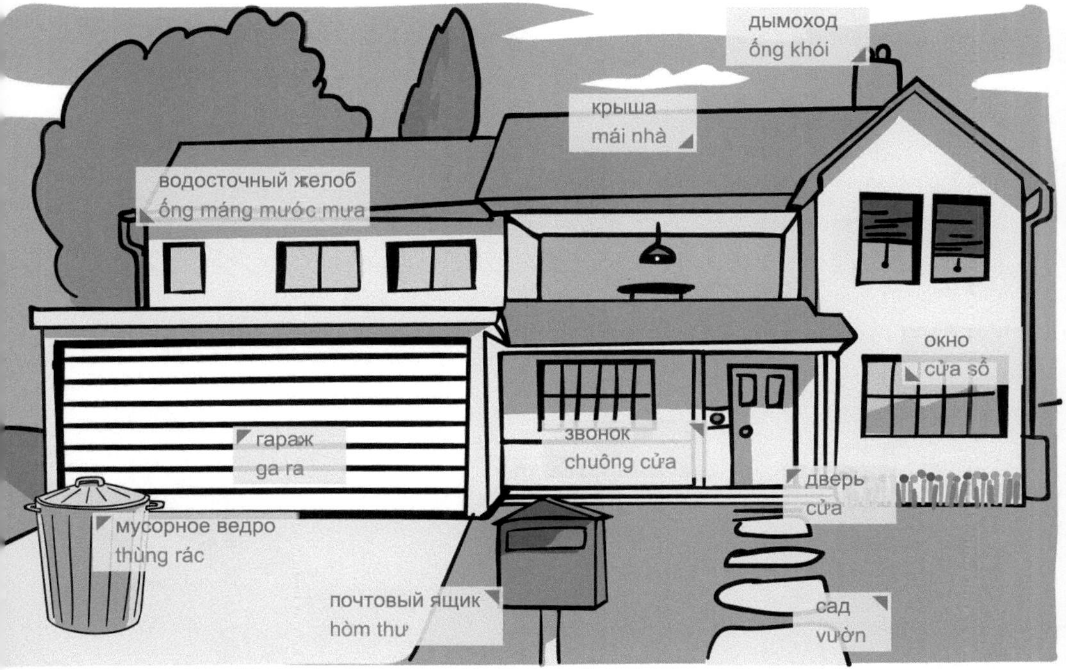

дымоход
ống khói

крыша
mái nhà

водосточный желоб
ống máng nước mưa

окно
cửa sổ

гараж
ga ra

звонок
chuông cửa

дверь
cửa

мусорное ведро
thùng rác

почтовый ящик
hòm thư

сад
vườn

гостиная

phòng khách

ванная комната

phòng tắm

кухня

bếp

спальня

phòng ngủ

детская комната

phòng trẻ em

столовая

phòng ăn

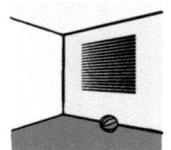

пол

nền nhà

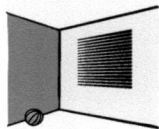

стена

tường

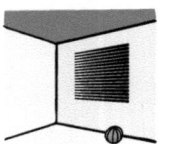

потолок

trần nhà

подвал

tầng hầm

сауна

tắm hơi

балкон

ban công

терраса

sân hiên

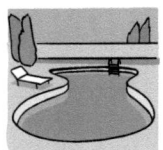

бассейн

bể bơi

газонокосилка

máy cắt cỏ

пододеяльник

khăn trải giường

покрывало

khăn trải giường

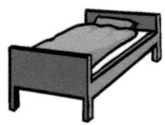

кровать

giường

метла

chổi

ведро

cái xô

выключатель

công tắc điện

гостиная
phòng khách

обои
giấy dán tường
рисунок
hình ảnh
лампа
đèn
полка
cái kệ
шкаф
tủ
телевизор
ti vi
камин
lò sưởi
цветок
bông hoa
подушка
gối
диван
ghế sofa
ваза
bình hoa
пульт дистанционного управления
điều khiển từ xa

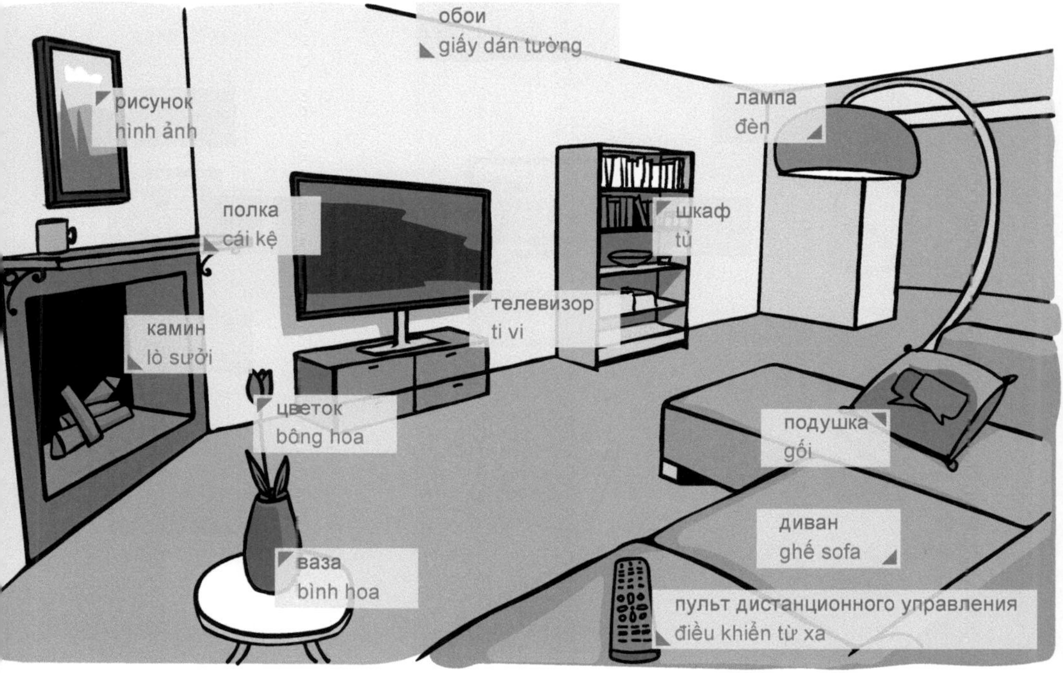

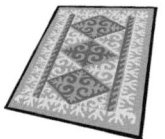

ковёр

thảm

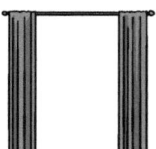

штора

rèm

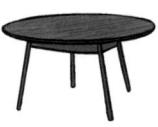

стол

cái bàn

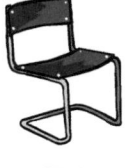

стул

ghế

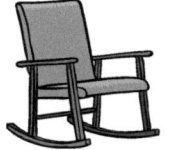

кресло-качалка

ghế bập bênh

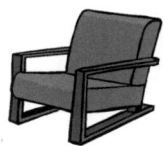

кресло

ghế bành

книга
....
sách

покрывало
....
cái chăn

украшение
....
đồ trang trí

дрова
....
củi

фильм
....
phim

стереосистема
....
máy hi-fi

ключ
....
chìa khóa

газета
....
báo

картина
....
bức tranh

плакат
....
áp phích

радио
....
radio

блокнот
....
sổ ghi chép

пылесос
....
máy hút bụi

кактус
....
cây xương rồng

свеча
....
cây nến

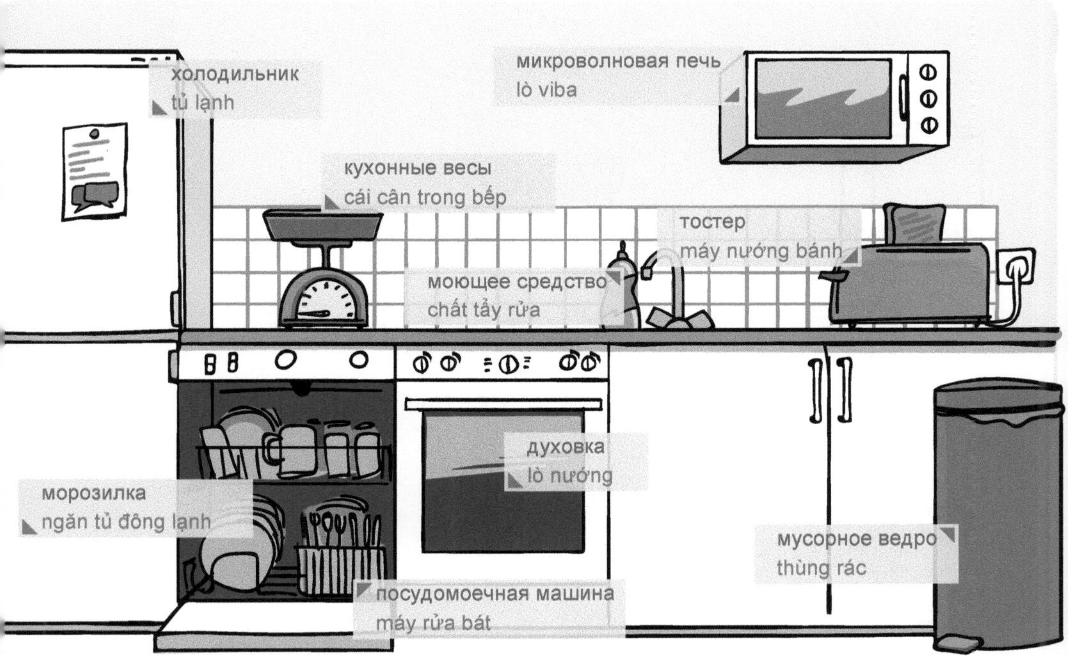

холодильник
tủ lạnh

микроволновая печь
lò viba

кухонные весы
cái cân trong bếp

тостер
máy nướng bánh

моющее средство
chất tẩy rửa

духовка
lò nướng

морозилка
ngăn tủ đông lạnh

мусорное ведро
thùng rác

посудомоечная машина
máy rửa bát

плита

lò nấu

кастрюля

nồi

чугунный котелок

nồi sắt

вок / кадай

chảo

сковорода

chảo

чайник

ấm đun nước

пароварка

nồi đun hơi

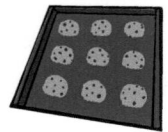

противень

khay lò nướng

посуда

bát đĩa

кружка

cốc

миска

cái bát

палочки для еды

đũa

половник

cái vá

лопатка

bàn xẻng

сбивалка

que đánh kem

сито

rây dùng trong bếp

сито

cái rây lọc

тёрка

cái nạo

ступка

vữa

гриль

vỉ nướng

костёр

ngọn lửa trần

доска

cái thớt

скалка

trục cán bột

штопор

cái mở nút chai

жестяная банка

vỏ đồ hộp

консервный нож

cái mở vỏ đồ hộp

прихватка

miếng nhấc nồi

раковина

bồn rửa bát

щетка

bàn chải

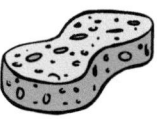

губка

miếng xốp

миксер

máy xay

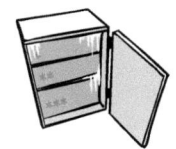

морозильная камера

tủ đông lạnh

бутылочка для кормления

bình sữa cho trẻ sơ sinh

кран

vòi nước

ванная комната
phòng tắm

отопление
lò sưởi
полотенце
khăn lau
душ
vòi hoa sen
душевая занавеска
rèm che ngăn tắm
пенистая ванна
tắm bọt
ванна
bồn tắm
стакан
cốc thủy tinh
стиральная машина
máy giặt
кран
vòi nước
плитка
gạch lát
горшок
cái bô
раковина
bồn rửa bát

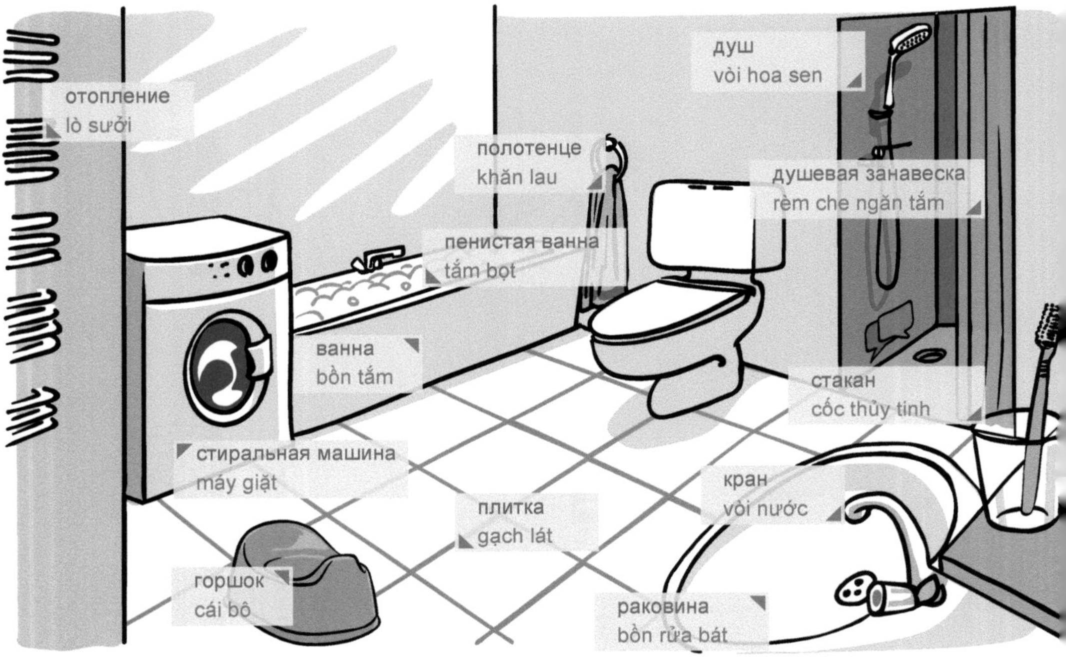

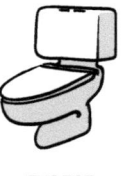

туалет

bồn cầu

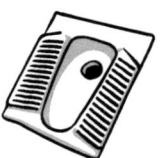

напольный унитаз

bồn cầu ngồi xổm

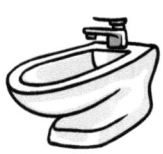

биде

bồn rửa hậu môn

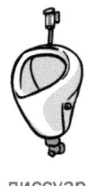

писсуар

bồn tiểu tiện

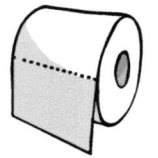

туалетная бумага

giấy vệ sinh

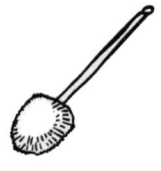

ершик

bàn chải cọ bồn cầu

зубная щетка

bàn chải đánh răng

зубная паста

kem đánh răng

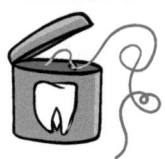

зубная нить

chỉ nha khoa

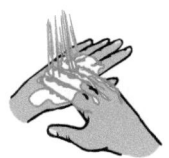

мыть

rửa

ручной душ

vòi sen cầm tay

интимный душ

vòi rửa hậu môn

таз

bồn rửa

щетка для спины

bàn chải cọ lưng

мыло

xà phòng

гель для душа

sữa tắm

шампунь

dầu gội

мочалка

khăn cọ để tắm

сток

lỗ thoát nước

крем

kem

дезодорант

chất khử mùi

зеркало

gương

ручное зеркало

gương tay

бритва

dao cạo râu

пена для бритья

kem cạo râu

лосьон после бритья

nước thơm dùng sau khi cạo râu

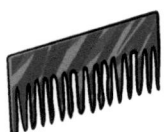

расческа

cái lược

щетка

bàn chải

фен

máy sấy tóc

лак для волос

keo xịt tóc

косметика

đồ trang điểm

губная помада

thỏi son môi

лак для ногтей

sơn bôi móng

вата

bông

маникюрные ножницы

kéo cắt móng

духи

nước hoa

косметичка

túi đựng đồ tắm

табуретка

ghế đẩu

весы

cái cân

халат

áo choàng tắm

резиновые перчатки

găng tay làm vệ sinh

тампон

nút gạc

гигиеническая прокладка

băng vệ sinh

биотуалет

nhà vệ sinh hóa chất

детская комната
phòng trẻ em

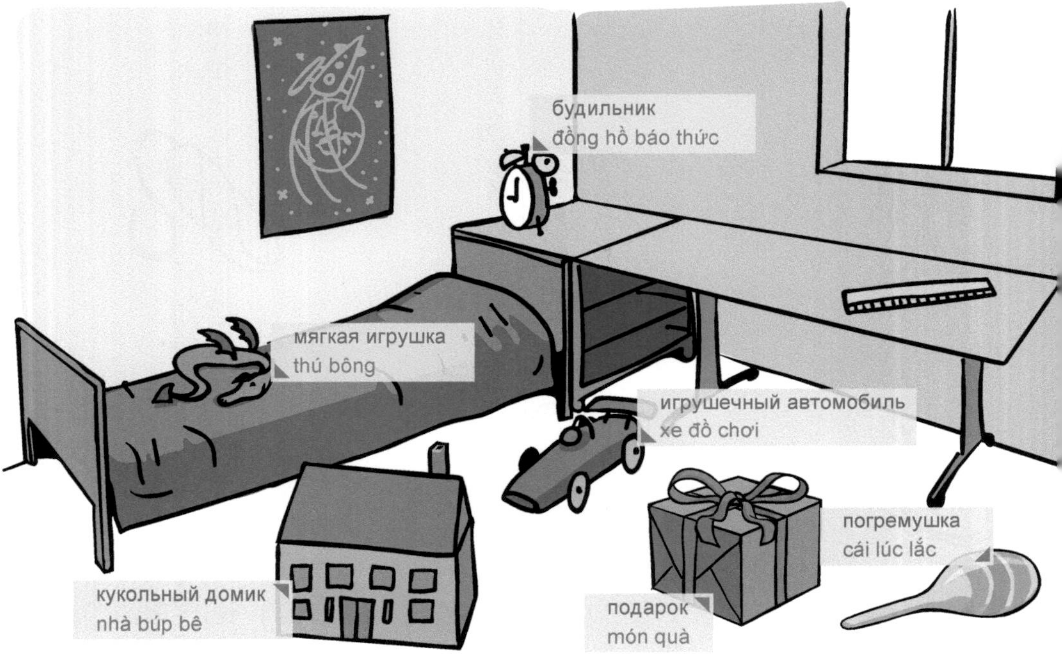
будильник
đồng hồ báo thức
мягкая игрушка
thú bông
игрушечный автомобиль
xe đồ chơi
погремушка
cái lúc lắc
кукольный домик
nhà búp bê
подарок
món quà

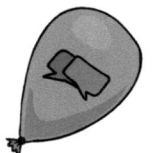

воздушный шар

bong bóng

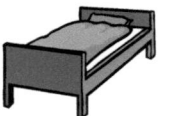

кровать

giường

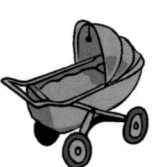

детская коляска

xe nôi

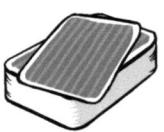

карточная игра

trò chơi bài

пазл

trò chơi ghép hình

SUPER MEGA

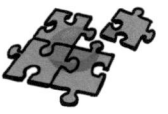

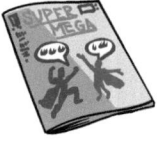

комикс

truyện tranh

кирпичики Лего

gạch Lego

кубики

khối xếp hình

игрушечная фигурка

nhân vật hành động

ползунки

áo liền quần cho trẻ sơ sinh

фрисби

đĩa nhựa để ném

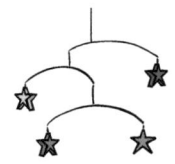

мобиле

đồ chơi treo trên giường

настольная игра

trò chơi cờ bàn

кубик

xúc xắc

модель железной дороги

đồ chơi xe lửa mô hình

соска

ti giả

вечеринка

buổi tiệc

книга с картинками

sách tranh

мяч

quả bóng

кукла

búp bê

играть

chơi

песочница

hố cát

качели

cái đu

игрушка

đồ chơi

игровая приставка

máy chơi game cầm tay

трёхколесный велосипед

xe ba bánh

плюшевый медвежонок

gấu bông

шкаф для одежды

tủ quần áo

одежда

y phục

носки

bít tất

чулки

bít tất dài

колготки

quần tất

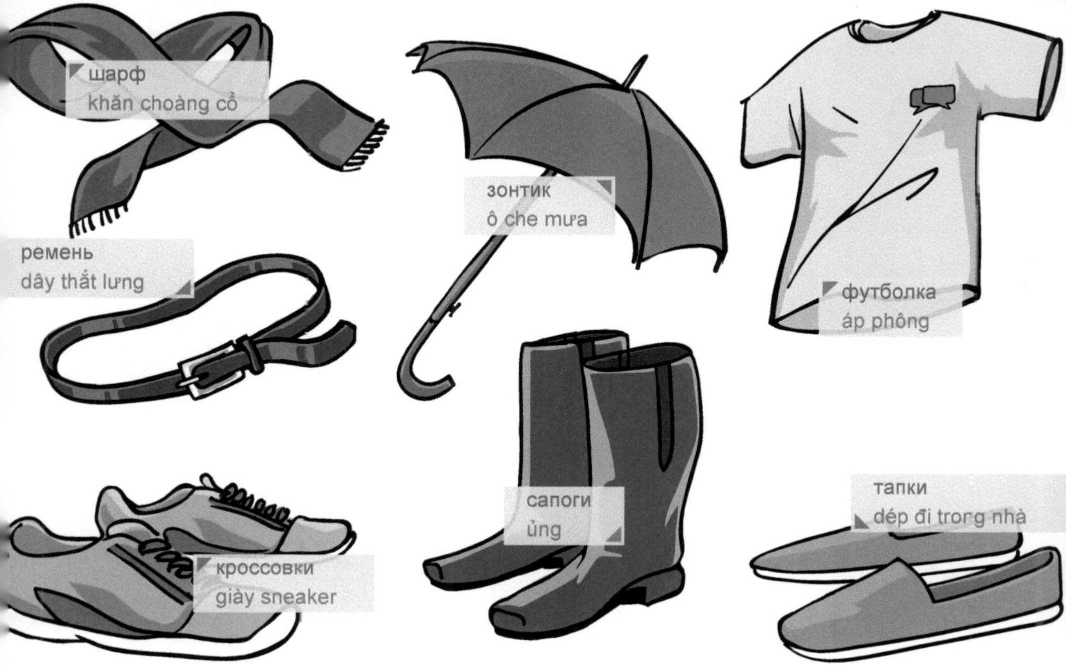

шарф
khăn choàng cổ

ремень
dây thắt lưng

зонтик
ô che mưa

футболка
áp phông

сапоги
ủng

тапки
dép đi trong nhà

кроссовки
giày sneaker

сандалии
·················
dép xăng đan

ботинки
·················
giày

резиновые сапоги
·················
ủng cao su

трусы
·················
quần lót

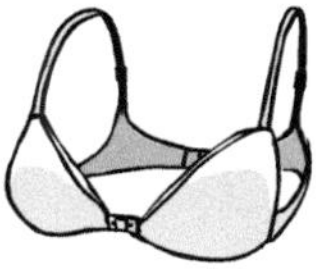

бюстгальтер
·················
áo ngực

майка
·················
áo vest

одежда - y phục

боди

áo ôm sát cơ thể

брюки

quần dài

джинсы

quần bò

юбка

váy

блузка

áo cánh

рубашка

áo sơ mi

свитер

áo len chui đầu

свитер

áo len

спортивная куртка

áo blazer

жакет

áo jacket

пальто

áo khoác

плащ

áo mưa

костюм

trang phục

платье

áo váy

свадебное платье

áo cưới

мужской костюм

bộ com lê

ночная сорочка

áo ngủ

пижама

pijama

сари

trang phục sari

платок

khăn trùm đầu

тюрбан

khăn đội đầu

паранджа

áo burka

кафтан

áo captan

абайя

áo aba

купальник

quần áo bơi

плавки

quần bơi

шорты

quần đùi

спортивный костюм

quần áo tracksuit

фартук

tạp dề

перчатки

găng tay

пуговица

cái cúc

очки

kính mắt

браслет

vòng đeo tay

цепочка

vòng cổ

кольцо

nhẫn

серьга

hoa tai

шапка

mũ lưỡi trai

вешалка

cái mắc treo áo quần

шляпа

mũ

галстук

cà vạt

застежка молния

dây kéo phéc mơ tuya

шлем

mũ bảo hiểm

подтяжки

dây đeo quần

школьная форма

đồng phục học sinh

форма

đồng phục

детский нагрудник

yếm trẻ em

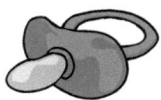

соска

ti giả

подгузник

tã lót

офис
văn phòng

сервер
máy chủ

канцелярский шкаф
tủ hồ sơ

принтер
máy in

бумага
giấy

монитор
màn hình

письменный стол
bàn làm việc

мышь
chuột máy tính

папка
thư mục

клавиатура
bàn phím

корзина для бумаг
thùng rác giấy

компьютер
máy tính

стул
ghế

кофейная кружка

cốc cà phê

калькулятор

máy tính bỏ túi

интернет

internet

ноутбук

laptop

письмо

thư

сообщение

tin nhắn

мобильный телефон

điện thoại di động

сеть

mạng

ксерокс

máy photocopy

программа

phần mềm

телефон

điện thoại

розетка

ổ cắm điện

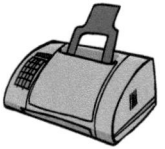

факс

máy fax

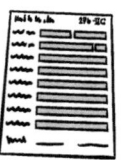

формуляр

mẫu đơn

документ

chứng từ

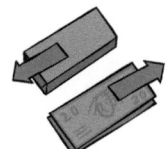

покупать

mua

платить

trả tiền

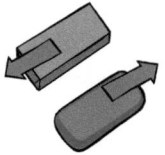

торговать

buôn bán

деньги

tiền

доллар

đô la

евро

Euro

иена

yên

рубль

rúp

франк

franc Thụy Sĩ

жэньминьби юань

nhân dân tệ

рупия

rupi

банкомат

máy rút tiền tự động

пункт обмена валюты

quầy đổi tiền

золото

vàng

серебро

bạc

нефть

dầu

энергия

năng lượng

цена

giá tiền

договор

hợp đồng

налог

thuế

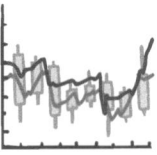

акция

cổ phiếu

работать

làm việc

служащий

nhân viên

работодатель

chủ lao động

фабрика

nhà máy

магазин

cửa hiệu

милиционер
nhân viên cảnh sát

пожарный
lính cứu hỏa

повар
đầu bếp

врач
bác sĩ

пилот
phi công

садовник

người làm vườn

столяр

thợ mộc

швея

thợ may

судья

chánh án

химик

nhà hóa học

актёр

diễn viên

водитель автобуса

tài xế xe buýt

уборщица

người lau dọn vệ sinh

охотник

thợ săn

электрик

thợ điện

мясник

người hàng thịt

таксист

người lái taxi

кровельщик

thợ lợp mái nhà

художник

họa sĩ

строитель

thợ xây dựng

сантехник

thợ sửa ống nước

рыбак

ngư dân

официант

bồi bàn

пекарь

thợ làm bánh

инженер

kỹ sư

почтальон

người đưa thư

солдат

người lính

архитектор

kiến trúc sư

кассир

nhân viên thu ngân

флорист

người bán hoa

парикмахер

thợ cắt tóc

кондуктор

nhân viên soát vé

механик

thợ cơ khí

капитан

thuyền trưởng

зубной врач

nha sĩ

ученый

nhà khoa học

раввин

giáo sĩ Do thái

имам

lãnh tụ Hồi giáo

монах

nhà sư

священник

mục sư

инструменты

dụng cụ

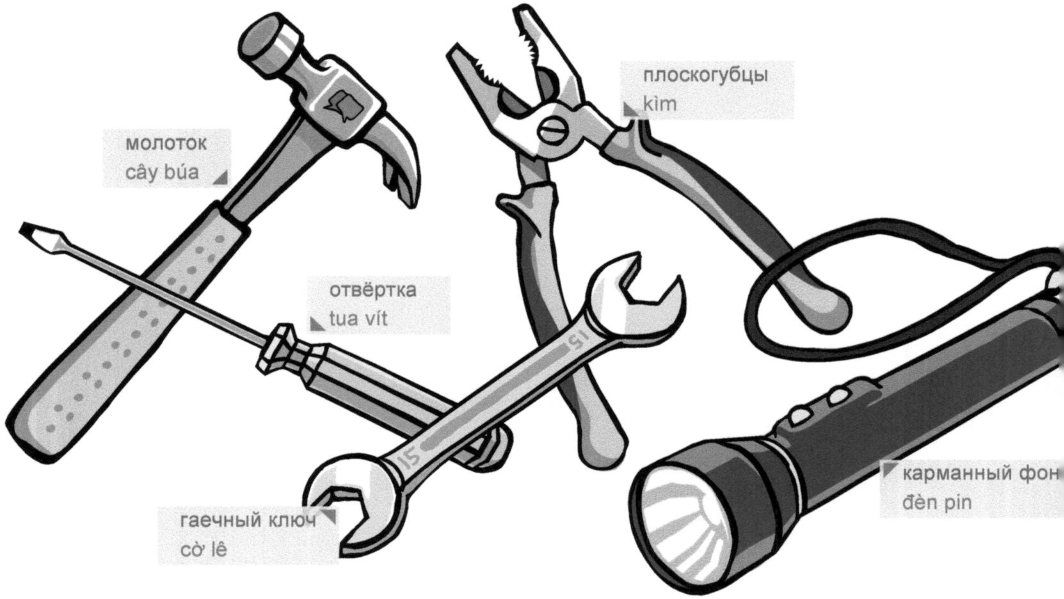

молоток
cây búa
плоскогубцы
kìm
отвёртка
tua vít
гаечный ключ
cờ lê
карманный фон
đèn pin

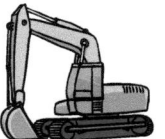

экскаватор

máy xúc đất

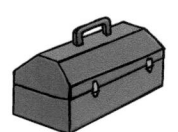

ящик для инструментов

hộp dụng cụ

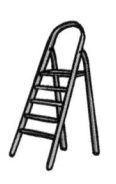

стремянка

cái thang

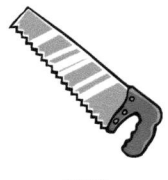

пила

cưa

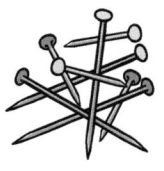

гвозди

đinh

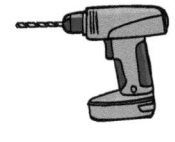

дрель

máy khoan

ремонтировать

sửa chữa

лопата

cái xẻng

Блин!

khốn nạn!

совок

cái hót rác

ведро с краской

thùng sơn

винты

vít

музыкальные инструменты

nhạc cụ

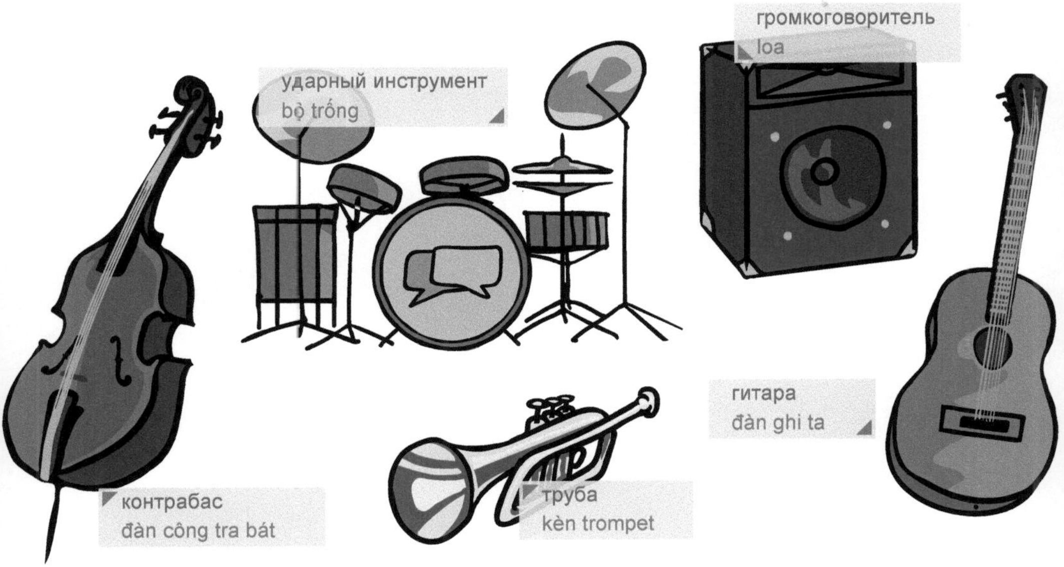

громкоговоритель
loa

ударный инструмент
bộ trống

гитара
đàn ghi ta

контрабас
đàn công tra bát

труба
kèn trompet

пианино

đàn piano

скрипка

đàn vĩ cầm

бас-гитара

ghi ta bass

литавры

trống định âm

барабан

trống

синтезатор

đàn organ

саксофон

kèn Saxophone

флейта

sáo

микрофон

micro

зоопарк
vườn bách thú

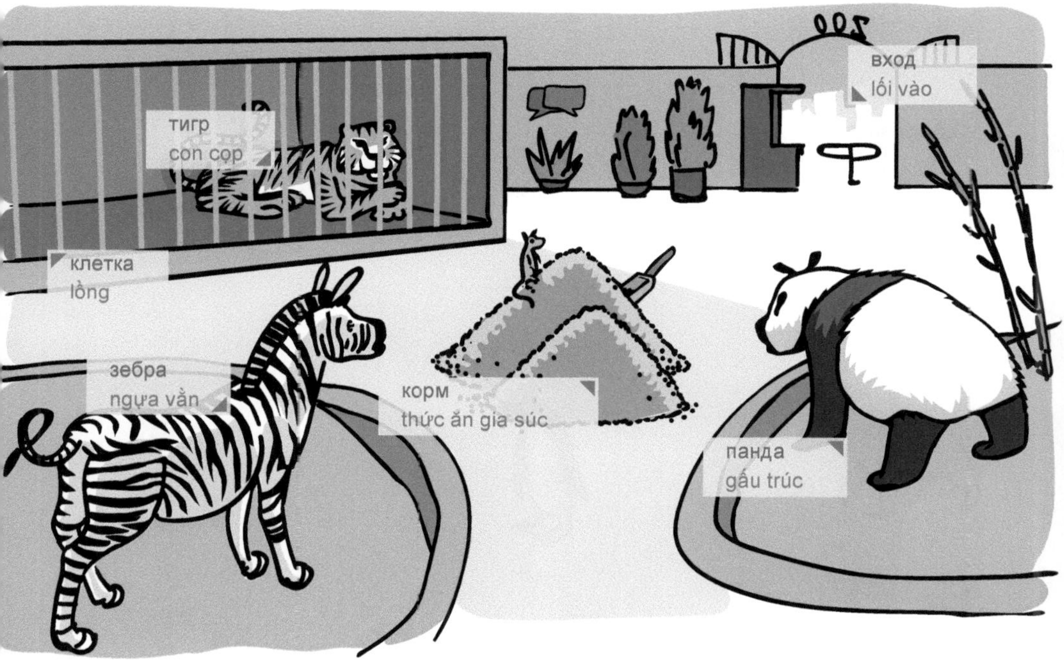

тигр
con cọp
вход
lối vào
клетка
lồng
зебра
ngựa vằn
корм
thức ăn gia súc
панда
gấu trúc

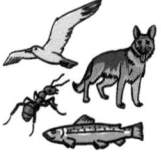

животные
động vật

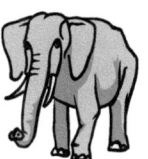

слон
con voi

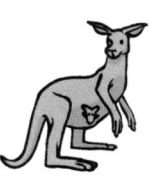

кенгуру
chuột túi

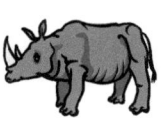

носорог
tê giác

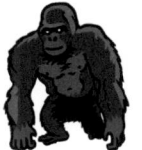

горилла
khỉ đột

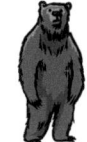

медведь
con gấu

верблюд

lạc đà

страус

đà điểu

лев

sư tử

обезьяна

con khỉ

фламинго

hồng hạc

попугай

con vẹt

белый медведь

gấu bắc cực

пингвин

chim cánh cụt

акула

cá mập

павлин

con công

змея

con rắn

крокодил

cá sấu

служитель зоопарка

người trông giữ vườn bách thú

тюлень

hải cẩu

ягуар

báo đốm

пони

ngựa lùn

леопард

con báo

бегемот

hà mã

жираф

hươu cao cổ

орёл

đại bàng

кабан

heo rừng

рыба

cá

черепаха

con rùa

морж

hải mã

лиса

con cáo

газель

linh dương

американский футбол
bóng bầu dục Mỹ

езда на велосипеде
đua xe đạp

теннис
quần vợt

баскетбол
bóng rổ

плавание
bơi

бокс
đấm bốc

хоккей
khúc côn cầu trên băng

футбол

bóng đá

бадминтон

cầu lông

лёгкая атлетика

điền kinh

гандбол

bóng ném

лыжный спорт

trượt tuyết

поло

polo

прыгать
nhảy

смеяться
cười

обнимать
ôm

идти
đi bộ

петь
ca hát

мечтать
mơ

молиться
cầu nguyện

целовать
hôn

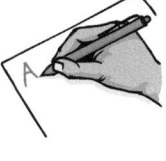

писать
viết

рисовать
vẽ

показывать
chỉ trỏ

нажимать
đẩy

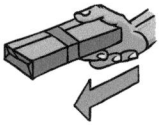

давать
cho

брать
lấy đi

иметь

có

делать

làm

быть

thì / là

стоять

đứng

бежать

chạy

тянуть

kéo

бросать

ném

падать

rơi

лежать

nằm

ждать

chờ đợi

носить

mang vác

сидеть

ngồi

надевать

mặc quần áo

спать

ngủ

просыпаться

thức dậy

рассматривать

xem

плакать

khóc

гладить

vuốt ve

причесывать

chải

говорить

nói chuyện

понимать

hiểu

спрашивать

câu hỏi

слушать

nghe

пить

uống

кушать

ăn

наводить порядок

dọn dẹp

любить

yêu

готовить

nấu nướng

ехать

lái xe

летать

bay

ходить под парусом

đi thuyền buồm

считать

tính toán

читать

đọc

учиться

học

работать

làm việc

вступать в брак

cưới

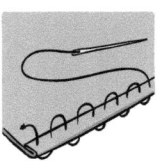

шить

khâu vá

чистить зубы

đánh răng

убивать

giết

курить

hút thuốc

отправлять

gửi đi

бабушка
bà nội (ngoại)

дедушка
ông nội (ngoại)

папа
cha

мама
mẹ

младенец
trẻ con

дочь
con gái

сын
con trai

гость

khách

тетя

cô (dì)

дядя

chú, bác (cậu)

брат

anh (em) trai

сестра

chị (em) gái

тело

cơ thể

лоб
trán
глаз
mắt
плечо
vai
палец
ngón tay
лицо
mặt
подбородок
cằm
кисть
bàn tay
нога
chân
грудь
ngực
рука
cánh tay

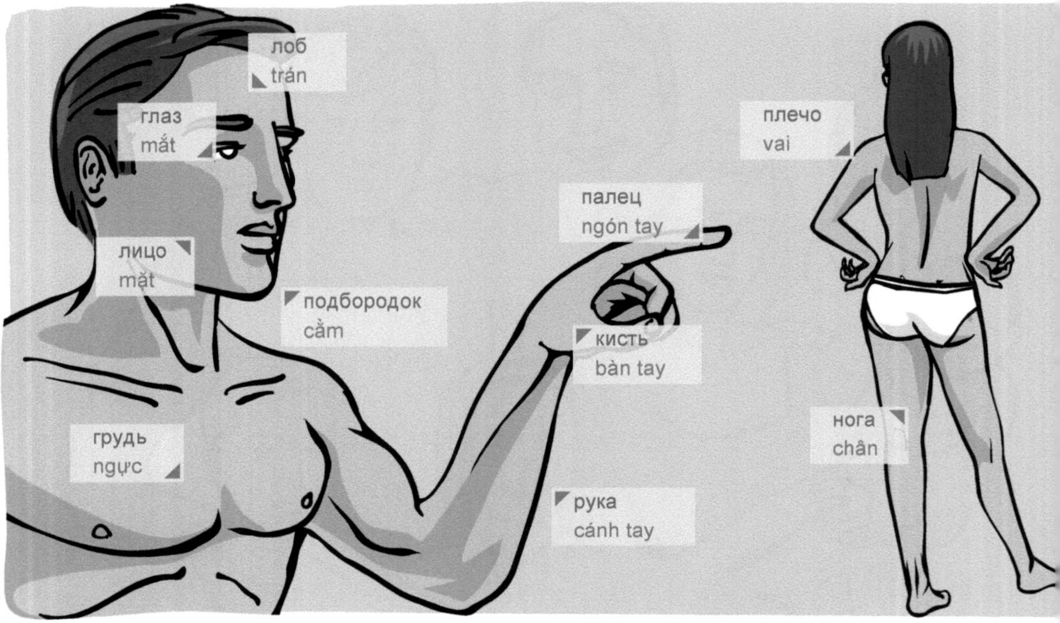

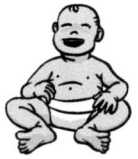

младенец

trẻ con

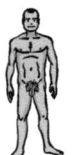

мужчина

đàn ông

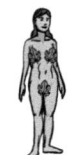

женщина

phụ nữ

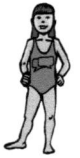

девочка

bé gái

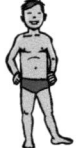

мальчик

bé trai

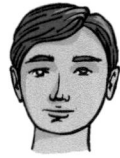

голова

đầu

спина

лưng

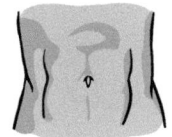

живот

bụng

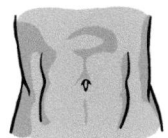

пупок

rốn

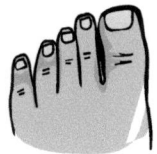

палец ноги

ngón chân

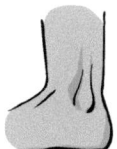

пятка

gót chân

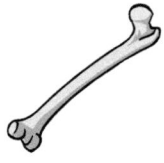

кость

xương

бедро

hông

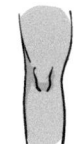

колено

đầu gối

локоть

khuỷu tay

нос

mũi

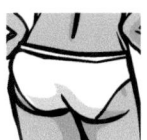

ягодицы

mông

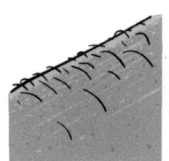

кожа

da

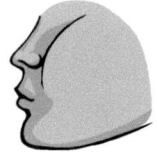

щека

má

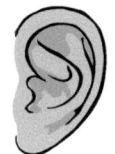

ухо

tai

губа

môi

тело - cơ thể

рот

miệng

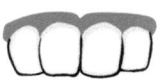

зуб

răng

язык

lưỡi

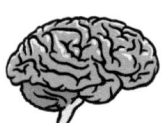

мозг

não

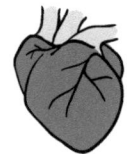

сердце

tim

мышца

cơ bắp

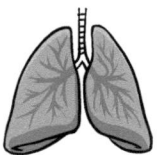

лёгкое

phổi

печень

gan

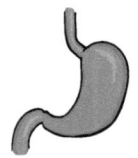

желудок

dạ dày

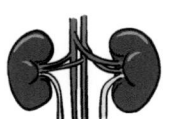

почки

thận

половой акт

giao hợp

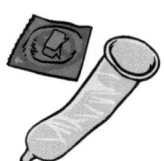

презерватив

bao cao su

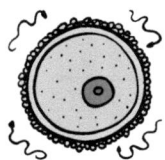

яйцеклетка

noãn

сперма

tinh dịch

беременность

mang thai

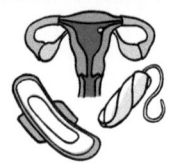

менструация

kinh nguyệt

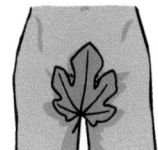

вагина

âm vật

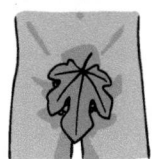

пенис

dương vật

бровь

lông mày

волосы

tóc

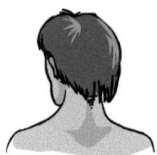

шея

cổ

тело - cơ thể

больница
bệnh viện

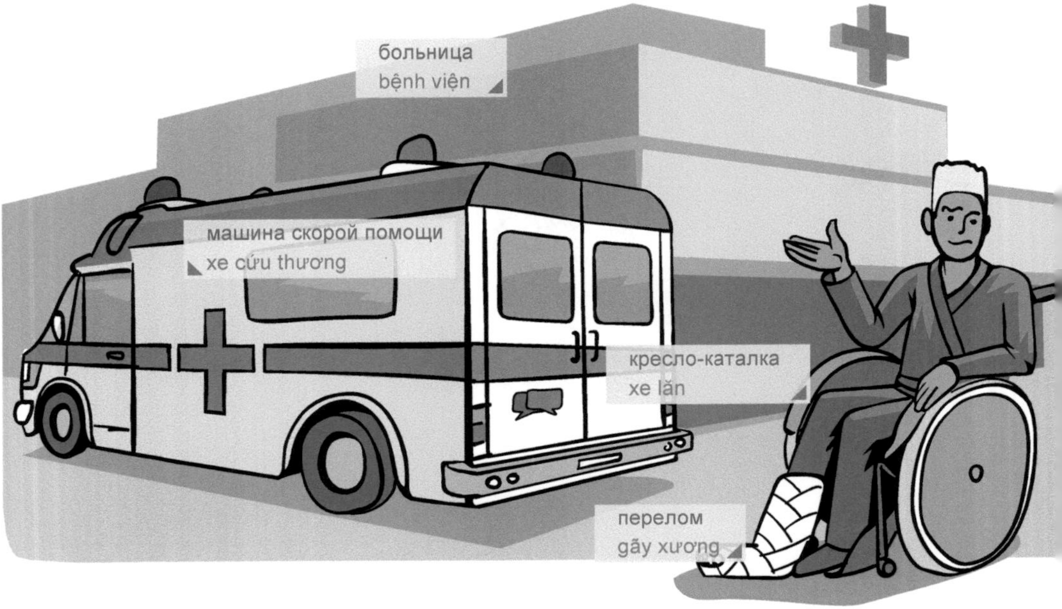

больница
bệnh viện
машина скорой помощи
xe cứu thương
кресло-каталка
xe lăn
перелом
gãy xương

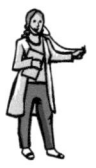

врач

bác sĩ

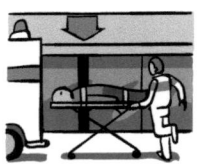

пункт первой помощи

phòng cấp cứu

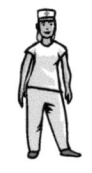

медсестра

y tá

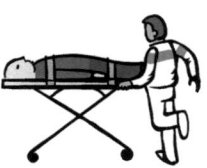

неотложный случай

cấp cứu

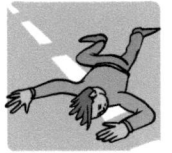

без сознания

bất tỉnh

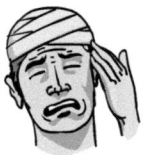

боль

cơn đau

повреждение

bị thương

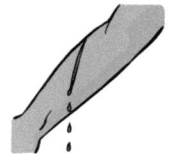

кровотечение

chảy máu

инфаркт

nhồi máu cơ tim

инсульт

đột quỵ

аллергия

dị ứng

кашель

ho

повышенная температура

sốt

грипп

cúm

понос

tiêu chảy

головная боль

đau đầu

рак

ung thư

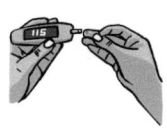

диабет

bệnh tiểu đường

хирург

bác sĩ phẫu thuật

скальпель

dao mổ

операция

giải phẫu

больница - bệnh viện

КТ

chụp cắt lớp

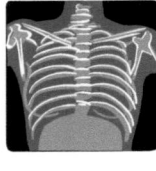

рентген

chụp x-quang

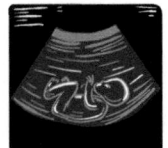

ультразвук

siêu âm

маска

mặt nạ

болезнь

bệnh

приёмная

phòng đợi

костыль

cái nạng

пластырь

băng dán vết thương

бинт

băng bó

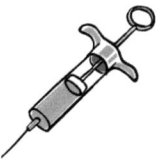

укол

tiêm thuốc

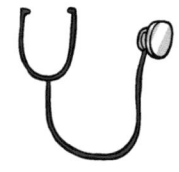

стетоскоп

ống nghe khám bệnh

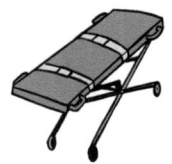

носилки

băng ca

термометр

nhiệt kế

рождение

sinh đẻ

избыточный вес

thừa cân

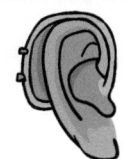

слуховой аппарат

máy trợ thính

дезинфекционное
средство

chất khử trùng

инфекция

nhiễm trùng

вирус

vi rút

ВИЧ / СПИД

HIV / AIDS

лекарство

thuốc

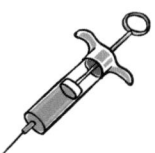

прививка

tiêm chủng

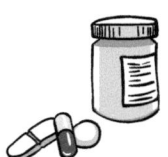

таблетки

thuốc viên

противозачаточная
таблетка

viên thuốc

экстренный вызов

gọi cấp cứu

прибор для измерения
кровяного давления

máy đo huyết áp

больной / здоровый

bệnh / khỏe mạnh

Помогите!

cứu!

сигнал тревоги

báo động

нападение

cuộc đột kích

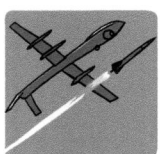

атака

sự tấn công

опасность

mối nguy hiểm

запасной выход

lối thoát hiểm

Пожар!

cháy!

огнетушитель

bình chữa cháy

несчастный случай

tai nạn

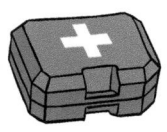

аптечка

bộ dụng cụ sơ cứu

SOS

SOS

милиция

cảnh sát

Европа

châu Âu

Северная Америка

Bắc Mỹ

Южная Америка

Nam Mỹ

Африка

châu Phi

Азия

châu Á

Австралия

châu Úc

Атлантический океан

Đại Tây Dương

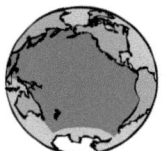

Тихий океан

Thái Bình Dương

Индийский океан

Ấn Độ Dương

Антарктический океан

Nam Cực Dương

Северный Ледовитый океан

Bắc Băng Dương

Северный полюс

bắc cực

Южный полюс

nam cực

Антарктика

nam cực

земля

trái đất

суша

đất liền

море

biển

остров

đảo

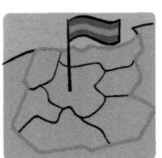

нация

quốc gia

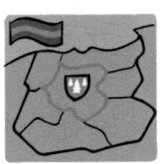

государство

nhà nước

земля - trái đất

циферблат

mặt đồng hồ

часовая стрелка

kim chỉ giờ

минутная стрелка

kim chỉ phút

секундная стрелка

kim chỉ giây

Который час?

Bây giờ là mấy giờ?

день

ngày

время

thời gian

сейчас

bây giờ

электронные часы

đồng hồ điện tử

минута

phút

час

giờ

понедельник
thứ Hai

среда
thứ Tư

пятница
thứ Sáu

вторник
thứ Ba

суббота
thứ Bảy

четверг
thứ Năm

воскресенье
Chủ Nhật

вчера

hôm qua

сегодня

hôm nay

завтра

ngày mai

утро

buổi sáng

полдень

buổi trưa

вечер

buổi tối

рабочие дни

ngày làm việc

выходные

cuối tuần

год

năm

дождь
mưa
радуга
cầu vồng
снег
tuyết
ветер
gió
весна
mùa xuân
осень
mùa thu
лето
mùa hè
зима
mùa đông

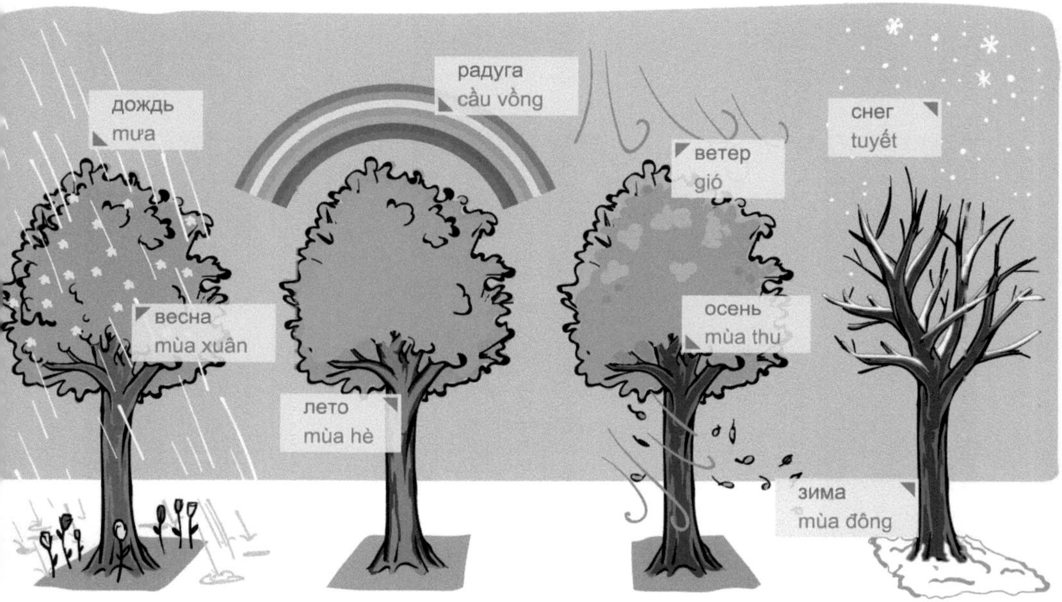

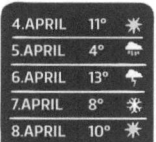

4.APRIL 11°
5.APRIL 4°
6.APRIL 13°
7.APRIL 8°
8.APRIL 10°

прогноз погоды

dự báo thời tiết

F
C
120
90
60
30
0
-30
40
30
20
10
0
-10
-20

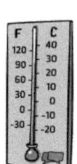

термометр

nhiệt kế

солнечный свет

ánh nắng

туча

mây

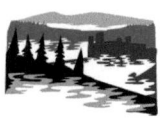

туман

sương mù

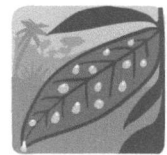

влажность воздуха

độ ẩm không khí

молния

tia chớp

гром

sấm sét

буря

cơn bão

град

mưa đá

муссон

gió mùa

наводнение

lũ lụt

лёд

nước đá

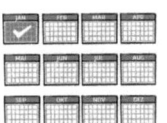

январь

tháng Một

февраль

tháng Hai

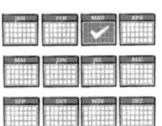

март

tháng Ba

апрель

tháng Tư

май

tháng Năm

июнь

tháng Sáu

июль

tháng Bảy

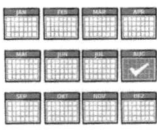

август

tháng Tám

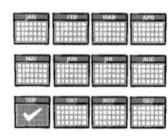

сентябрь

tháng Chín

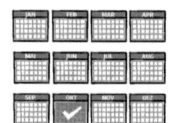

октябрь

tháng Mười

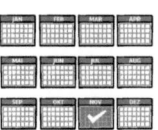

ноябрь

tháng Mười Một

декабрь

tháng Mười Hai

формы
hình dạng

круг

hình tròn

квадрат

hình vuông

прямоугольник

hình chữ nhật

треугольник

hình tam giác

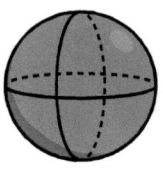

шар

hình cầu

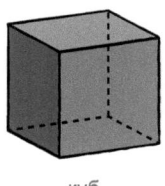

куб

khối vuông

белый

màu trắng

желтый

màu vàng

оранжевый

màu cam

розовый

màu hồng

красный

màu đỏ

лиловый

màu tím

синий

màu xanh dương

зелёный

màu xanh lá cây

коричневый

màu nâu

серый

màu xám

черный

màu đen

много / мало

nhiều / ít

яростный / мирный

tức tối / điềm tĩnh

красивый / уродливый

xinh đẹp / xấu xí

начало / конец

bắt đầu / kết thúc

большой / маленький

to / nhỏ

светлый / темный

sáng / tối

брат / сестра

anh (em) trai / chị (em) gái

чистый / грязный

sạch / bẩn

полный / неполный

đủ / thiếu

день / ночь

ngày / đêm

мёртвый / живой

chết / sống

широкий / узкий

rộng / chật hẹp

съедобный / несъедобный

ăn được / không ăn được

злой / дружелюбный

ác / tử tế

взволнованный / скучающий

hào hứng / chán nản

толстый / худой

béo / gầy

сначала / в конце

đầu tiên / cuối cùng

друг / враг

bạn / thù

полный / пустой

đầy / rỗng

твёрдый / мягкий

cứng / mềm

тяжёлый / легкий

nặng / nhẹ

голод / жажда

đói / khát

больной / здоровый

bệnh / khỏe mạnh

незаконный / законный

bất hợp pháp / hợp pháp

умный / глупый

thông minh / ngu

слева / справа

trái / phải

близко / далеко

gần / xa

новый / подержанный

мới / cũ

ничто / нечто

không có gì cả / có cái gì đó

старый / молодой

già / trẻ

включено / выключено

bật / tắc

открыто / закрыто

mở / đóng

тихо / громко

im lặng / ồn ào

богатый / бедный

giàu / nghèo

правильный / неправильный

đúng / sai

шероховатый / гладкий

sần sùi / mịn màng

печальный / счастливый

buồn / vui

короткий / длинный

ngắn / dài

медленный / быстрый

chậm / nhanh

мокрый / сухой

ẩm ướt / khô ráo

тёплый / прохладный

ấm áp / mát mẻ

война / мир

chiến tranh / hòa bình

0

ноль

số không

1

один

một

2

два

hai

3

три

ba

4

четыре

bốn

5

пять

năm

6

шесть

sáu

7

семь

bảy

8

восемь

tám

9

девять

chín

10

десять

mười

11

одиннадцать

mười một

12

двенадцать

mười hai

13

тринадцать

mười ba

14

четырнадцать

mười bốn

15

пятнадцать

mười lăm

16

шестнадцать

mười sáu

17

семнадцать

mười bảy

18

восемнадцать

mười tám

19

девятнадцать

mười chín

20

двадцать

hai mươi

100

сто

một trăm

1.000

тысяча

một ngàn

1.000.000

миллион

một triệu

английский

tiếng Anh

американский английский

tiếng Anh Mỹ

мандаринский китайский

tiếng Quan Thoại

хинди

tiếng Hin-di

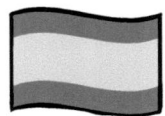

испанский

tiếng Tây Ban Nha

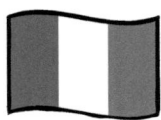

французский

tiếng Pháp

арабский

tiếng À-rập

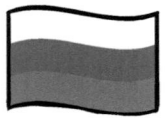

русский

tiếng Nga

португальский

tiếng Bồ Đào Nha

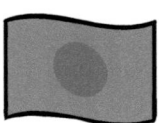

бенгальский

tiếng Bengal

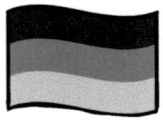

немецкий

tiếng Đức

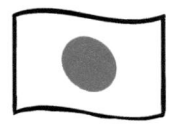

японский

tiếng Nhật

я
tôi

ты
bạn

он / она / оно
anh ta / cô ta / nó

мы
chúng tôi

вы
các bạn

они
họ

кто?
ai?

что?
cái gì?

как?
như thế nào?

где?
ở đâu?

когда?
lúc nào?

имя
tên

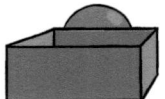

за

phía sau

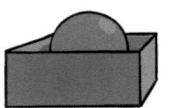

в

ở trong

перед

phía trước

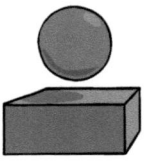

над

phía trên

на

ở trên

под

ở dưới

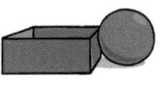

рядом

bên cạnh

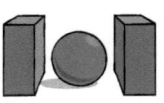

между

ở giữa

место

chỗ